ದಕ್ಷಿಣಾಮೂರ್ತಿ ಸ್ತೋತ್ರಂ

ಕನಕಧಾರಾ ಸ್ತೋತ್ರಂ

ಭಜ ಗೋವಿಂದಂ

(ಸಂಸ್ಕೃತ ಶ್ಲೋಕ   ಹಾಗೂ   ಕನ್ನಡದ ಪದ್ಯರೂಪ)

ಸಂಸ್ಕೃತ ಮೂಲ : ಶ್ರೀ ಶ್ರೀ ಆದಿ ಶಂಕರಾಚಾರ್ಯರು

ಕನ್ನಡದ ಪದ್ಯರೂಪ : ನಾಗರಾಜ ಕ್ಯಾಸನೂರು

____

ದಕ್ಷಿಣಾಮೂರ್ತಿ ಸ್ತೋತ್ರಂ, ಕನಕಧಾರಾ ಸ್ತೋತ್ರಂ, ಭಜ ಗೋವಿಂದಂ: ಇವು ಶ್ರೀ ಶ್ರೀ ಆದಿ ಶಂಕರಾಚಾರ್ಯರಿಂದ ೮ನೇ ಶತಮಾನದಲ್ಲಿ ರಚಿಸಲಾದ ಸಂಸ್ಕೃತದಲ್ಲಿರುವ ಮೂಲ ಕೃತಿಗಳ ಕನ್ನಡ ಪದ್ಯರೂಪ. ನಾಗರಾಜ ಕ್ಯಾಸನೂರು ಇವರಿಂದ ೨೦೧೧-೧೨ ರಲ್ಲಿ ರಚಿಸಲ್ಪಟ್ಟಿವೆ.

ಕನ್ನಡ ಪದ್ಯರೂಪದ ಸಂಪೂರ್ಣ ಹಕ್ಕು: ಲೇಖಕನದು.

ಒಟ್ಟು ಪುಟಗಳು: ೪೦

ಪರಿವಿಡಿ

ದಕ್ಷಿಣಾಮೂರ್ತಿ ಸ್ತೋತ್ರಂ

(ಸಂಸ್ಕೃತ ಶ್ಲೋಕ ಹಾಗೂ ಕನ್ನಡದ ಪದ್ಯರೂಪ)

ಓಂ ಶ್ರೀ

|| ಶಾಂತಿ ಪಾಠ ||

ಓಂ ಯೋ ಬ್ರಹ್ಮಾಣಂ ವಿದಧಾತಿ ಪೂರ್ವಂ
ಯೋ ವೈ ವೇದಾಂಶ್ಚ ಪ್ರಹಿಣೋತಿ ತಸ್ಮೈ |
ತಂಹದೇವಮಾತ್ಮ ಬುದ್ಧಿಪ್ರಕಾಶಂ
ಮುಮುಕ್ಷುರ್ವೈ ಶರಣಮಹಂ ಪ್ರಪದ್ಯೇ ||

ಯಾರು ಪೂರ್ವದಲಿ ಬ್ರಹ್ಮನನು ಸೃಜಿಸುತಲಿ
ತೋರಿದರೋ ಜಗಕೆ ವೇದಗಳನು ನೀಡುತಲಿ
ಅರಿವಿಗಾತ್ಮಕೆ ಸ್ಫುರಿಸಿ ಹೊಳೆವ ಆ ದೈವಕ್ಕೆ
ಶರಣಾಗುವೆನು ನಮಿಸಿ ಬಯಸಿ ಮುಕ್ತಿಯ ಪದಕೆ ||

|| ಧ್ಯಾನ ಶ್ಲೋಕಗಳು ||

ಓಂ ಮೌನವ್ಯಾಖ್ಯಾ ಪ್ರಕಟಿತಪರಬ್ರಹ್ಮತತ್ತ್ವಂಯುವಾನಂ
ವರ್ಷಿಷ್ಠಾಂತೇವಸದೃಷಿಗಣೈರಾವೃತಂ ಬ್ರಹ್ಮನಿಷ್ಠೈಃ |
ಆಚಾರ್ಯೇಂದ್ರಂ ಕರಕಲಿತ ಚಿನ್ಮುದ್ರಮಾನಂದಮೂರ್ತಿಂ
ಸ್ವಾತ್ಮರಾಮಂ ಮುದಿತವದನಂ ದಕ್ಷಿಣಾಮೂರ್ತಿಮೀಡೇ ||

ಪರಬ್ರಹ್ಮತತ್ತ್ವವನರುಹಿ ಮೌನವ್ಯಾಖ್ಯೆಯಲಿ ಯುವ
ಗುರು, ಬ್ರಹ್ಮನಿಷ್ಠ ಹಿರಿ ಋಷಿಗಣದಿ ಪರಿವೃತನಾಗಿ
ಇರುವ ಆಚಾರ್ಯೇಂದ್ರ ಆನಂದರೂಪಿ, ಚಿನ್ಮುದ್ರೆ-
ಕರದ ಸ್ವಾತ್ಮರಾಮ ದಕ್ಷಿಣಾಮೂರ್ತಿಗೆ ಶರಣು ||

ವಟವಿಟಪಿಸಮೀಪೇ ಭೂಮಿಭಾಗೇ ನಿಷಣ್ಣಂ
ಸಕಲಮುನಿಜನಾನಾಂ ಜ್ಞಾನದಾತಾರಮಾರಾತ್ |
ತ್ರಿಭುವನಗುರುಮೀಶಂ ದಕ್ಷಿಣಾಮೂರ್ತಿದೇವಂ
ಜನನಮರಣದುಃಖಚ್ಛೇದ ದಕ್ಷಂ ನಮಾಮಿ ||

ಆಲ ವಿಟಪಿಯ ಬುಡದ ನೆಲದಲ್ಲಿ ಗುರು ಕುಳಿತಿರುವ
ಎಲ್ಲ ಮುನಿಜನರೆದುರು ಜ್ಞಾನದಾತಾರನು ಒರೆವ
ಬಲ್ಲ ಜನನ-ಮರಣದ ಕ್ಲೇಶ ಭೇದನವ ದೇವೇಶ
ಎಲ್ಲ ತ್ರಿಭುವನದೊಡೆಯ ದಕ್ಷಿಣಾಮೂರ್ತಿ ನಮೋ ||

ಚಕಿತಗೊಳಿಸುವ ದೃಶ್ಯ ಆಲತರುವಿನ ಬುಡದಿ
ಚಿಕ್ಕವಯಸಿನ ಗುರುವು, ವೃದ್ಧಶಿಷ್ಯರ ಗಣವು
ವ್ಯಾಖ್ಯಾನವೆಲ್ಲವನೂ ಮೌನದಲಿ ಗುರು ನೀಡೆ
ಸಕಲ ಸಂಶಯಗಳೂ ಕಳೆಯುತಿವೆ ಶಿಷ್ಯರಿಗೆ ||

ಸರ್ವವಿದ್ಯೆಗಳ ನಿಧಿ ನೀನು, ಹೇ ದೇವ
ಭವರೋಗಗಳ ತೊಡೆವ ಔಷಧಿಯು ನೀನು
ಸರ್ವಲೋಕಗಳಿಂಗೂ ಗುರುವಿರುವೆ ನೀನು
ದೇವ ದಕ್ಷಿಣಾಮೂರುತಿ ನಿನಗೆ ನಮಿಪೆ ||

ಪ್ರಣವದ ಅರ್ಥರೂಪಿಯೆ ನಿನಗೆ ನಮಿಪೆ
ಪುನೀತ ಜ್ಞಾನ್ಯೈಕ ಮೂರ್ತಿಯೇ ದೇವನೇ
ಶಾಂತಮೂರ್ತಿಯು ನೀನು, ನಿರ್ಮಲನು ನೀನು
ವಂದಿಸುವೆ ನಾ ನಿನಗೆ ದಕ್ಷಿಣಾಮೂರ್ತಿ ||

ಚಿದ್ಘನಮೂರುತಿ ನೀ, ಮಹೇಶ್ವರನು ನೀ
ಮುದದಿ ಆಲದ ಮೂಲದಾಲಯದಿ ಇರುವ
ಸದಾನಂದನೆ ಸಚ್ಚಿದಾನಂದ ರೂಪಿ
ಆದರದಿ ವಂದಿಪೆನು ದಕ್ಷಿಣಾಮೂರ್ತಿ ||

ಗುರುವೂ ಈಶ್ವರನೂ ಆತ್ಮನೂ ಆಗಿ
ತೋರುತಿಹೆ ಭೇದರೂಪದಲಿ ನೀನೋರ್ವ
ಇರುವೆ ವ್ಯಾಪಿಸಿ ವ್ಯೋಮದಂತೆಲ್ಲೆಲ್ಲೂ
ಗುರುವೆ ಹೇ ದಕ್ಷಿಣಾಮೂರ್ತಿ ಇದೋ ನಮಿಪೆ ||

ಗುರುವೇ ಬ್ರಹ್ಮನೂ ಗುರುವೇ ವಿಷ್ಣುವೂ
ಗುರುವೇ ಆಗಿಹ ಮಹೇಶ್ವರ ದೇವನೂ
ಗುರುವೇ ಇರುವನು ಸಾಕ್ಷಾತ್ ಪರಬ್ರಹ್ಮ
ಶರಣು ನಾ ಬಂದೆನಾ ಗುರುವ ಚರಣದಲಿ ||

॥ ದಕ್ಷಿಣಾಮೂರ್ತಿ ಸ್ತೋತ್ರಂ ॥

ವಿಶ್ವಂದರ್ಪಣ ದೃಶ್ಯಮಾನ ನಗರೀ ತುಲ್ಯಂ ನಿಜಾಂತರ್ಗತಂ
ಪಶ್ಯನ್ನಾತ್ಮನಿ ಮಾಯಯಾ ಬಹಿರಿವೋದ್ಭೂತಂ ಯಥಾನಿದ್ರಯಾ |
ಯಸ್ಸಾಕ್ಷಾತ್ಕುರುತೇ ಪ್ರಭೋೕಧಸಮಯೇ ಸ್ವಾತ್ಮಾನಮೇ ವಾದ್ವಯಂ
ತಸ್ಮೈ ಶ್ರೀಗುರುಮೂರ್ತಯೇ ನಮ ಇದಂ ಶ್ರೀ ದಕ್ಷಿಣಾಮೂರ್ತಯೇ ||

ಕನ್ನಡಿಯೊಳಗಡೆ ಕಂಡಿಹ ದೃಶ್ಯದ ಸದೃಶವೇ ವಿಶ್ವ
ತನ್ನೊಳಗನೇ ಹೊರತೋಪೂರ್ದು ಮಾಯೆಯು ನಿದ್ರೆಯಲಿದ್ದವೊಲು
ತನ್ನಾತ್ಮವೇ ಎಲ್ಲವೆಂದೆಚ್ಚರಗೊಳಲು ಸಾಕ್ಷಾತ್ ಅರಿವು
ನಿನ್ನಡಿ ಹರಣವು ಶರಣು ಹೇ ಗುರು ಕರುಣಿ ದಕ್ಷಿಣಾಮೂರ್ತಿ||

ಬೀಜಸ್ಯಾಂತತಿ ವಾಂಕುರೋ ಜಗದಿತಂ ಪ್ರಾಜ್ಞರ್ವೀಕಲ್ಪಂ ಪುನಃ
ಮಾಯಾಕಲ್ಪಿತ ದೇಶಕಾಲಕಲನಾ ವೈಚಿತ್ರ್ಯ ಚಿತ್ರೀಕೃತಮ್ |
ಮಾಯಾವೀವ ವಿಜೃಂಭಯತ್ಯಪಿ ಮಹಾಯೋಗೀವ ಯಃ ಸ್ವೇಚ್ಛಯಾ
ತಸ್ಮೈ ಶ್ರೀಗುರುಮೂರ್ತಯೇ ನಮ ಇದಂ ಶ್ರೀ ದಕ್ಷಿಣಾಮೂರ್ತಯೇ ||

ಬೀಜದಲಿ ಮೂಡಿದವೊಲು ಮೊಳಕೆ, ನಿರ್ವಿಕಲ್ಪದಿಂ ಬಂತು ಜಗ
ಸೃಜಿಸಲು ಮಾಯೆಯು ಕಾಲದೇಶಗಳ ಚಿತ್ರವೈಚಿತ್ರ್ಯ ಸೊಗ
ವಿಜೃಂಭಿಪ ಮಹಾಯೋಗಿ ಸ್ವಇಚ್ಛೆಯ ಮಾಯಾವಿಯ ರೀತಿ
ಭಜಿಸುವೆನಿದೋ ಗುರುಮೂರ್ತಿಯ ನಮಿಪೆನು ಹೇ ದಕ್ಷಿಣಾಮೂರ್ತಿ||

ಯಸ್ಯೈವ ಸ್ಫುರಣಂ ಸದಾತ್ಮಕಮಸತ್ಕಲ್ಪಾರ್ಥಕಂ ಭಾಸತೇ
ಸಾಕ್ಷಾತ್ತತ್ವಮಸೀತಿ ವೇದವಚಸಾ ಯೋ ಬೋಧಯತ್ಯಾಶ್ರಿತಾನ್ |
ಯಸ್ಸಾಕ್ಷಾತ್ಕರಣಾದ್ಭವೇನ್ನ ಪುರನಾವೃತ್ತಿರ್ಭವಾಂಭೋನಿಧೌ
ತಸ್ಮೈ ಶ್ರೀಗುರುಮೂರ್ತಯೇ ನಮ ಇದಂ ಶ್ರೀ ದಕ್ಷಿಣಾಮೂರ್ತಯೇ ||

ಯಾರ ಸ್ಫುರಣಶಕ್ತಿಯಿಂದ ಇರುವುದರಲಿರದುದು ತೋರಿತೋ
ಗುರುವದಾರನಾಶ್ರಯಿಸಲು 'ತತ್ವಮಸಿ' ಸಾಕ್ಷಾತ್ ತಿಳಿವುದೋ
ಅರಿವದಾಗಿ ಭವದ ಕಡಲ ಜನುಮ-ಮರಣ ವೃತ್ತವಿರದೋ
ಕರುಣಿ ಗುರುವೇ ನಾ ಶರಣು ನಿನಗೆ ಹೇ ದಕ್ಷಿಣಾಮೂರ್ತಿಯೆ||

ನಾನಾಛಿದ್ರ ಘಟೋದರ ಸ್ಥಿತ ಮಹಾದೀಪ ಪ್ರಭಾಭಾಸ್ವರಂ
ಜ್ಞಾನಂ ಯಸ್ಯ ತು ಚಕ್ಷುರಾದಿಕರಣ ದ್ವಾರಾ ಬಹಿಃ ಸ್ಪಂದತೇ |
ಜಾನಾಮೀತಿ ತಮೇವ ಭಾಂತಮನುಭಾತ್ಯೇತತ್ಸಮಸ್ತಂ ಜಗತ್
ತಸ್ಮೈ ಶ್ರೀ ಗುರುಮೂರ್ತಯೇ ನಮ ಇದಂ ಶ್ರೀ ದಕ್ಷಿಣಾಮೂರ್ತಯೇ ||

ನಾನಾ ಭಿದ್ರವಿಹ ಘಟದಲ್ಲಿಟ್ಟ ಮಹಾದೀಪದ ರೀತಿ
ಕಣ್ಣುಗಳಾದಿ ಕರಣಗಳಿಂದಲಿ ಹೊರಹೊಮ್ಮುವುದು ಜ್ಞಾನ
'ನಾನೇ ಅದು' ಎಂಬರಿವಿನ ಬೆಳಕೇ ಲೋಕದಿ ಪ್ರತಿಫಲಿತ
ನೀನೇ ಗತಿ ಹೇ ಗುರುವೇ ನಮಿಪೆನು ಶ್ರೀ ದಕ್ಷಿಣಾಮೂರ್ತಿ||

ದೇಹಂ ಪ್ರಾಣಮಪೀಂದ್ರಿಯಾಣ್ಯಪಿ ಚಲಾಂ ಬುದ್ಧಿಂ ಚ ಶೂನ್ಯಂ ವಿದುಃ
ಸ್ತ್ರೀ ಬಾಲಾಂಧ ಜಡೋಪಮಾಸ್ತ್ವ ಹಮಿತಿ ಭ್ರಾಂತಾಭೃಶಂ ವಾದಿನಃ

ಮಾಯಾಶಕ್ತಿ ವಿಲಾಸಕಲ್ಪಿತ ಮಹಾವ್ಯಾಮೋಹ ಸಂಹಾರಿಣೇ
ತಸ್ಮೈ ಶ್ರೀ ಗುರುಮೂರ್ತಯೇ ನಮ ಇದಂ ಶ್ರೀ ದಕ್ಷಿಣಾಮೂರ್ತಯೇ ||

ದೇಹೇಂದ್ರಿಯ, ಸಕ್ರಿಯ ಬುದ್ಧಿ, ಪ್ರಾಣ ಅಥವ ಶೂನ್ಯ
ಅಹುದು ತಾನೆಂಬುವರು ಭ್ರಾಂತ ಸ್ತ್ರೀ, ಅಂಧ, ಬಾಲರ ರೀತಿ
ಮಹಾ ವ್ಯಾಮೋಹವಿದು ಮಾಯಾಶಕ್ತಿಯ ವಿಲಾಸವಿದನು
ಸಂಹರಿಸುವ ಗುರುಮೂರ್ತಿ ನಮೋ ಹೇ ಶ್ರೀ ದಕ್ಷಿಣಾಮೂರ್ತಿ||

ರಾಹುಗ್ರಸ್ತ ದಿವಾಕರೇಂದು ಸದೃಶೋ ಮಾಯಾ ಸಮಾಚ್ಛಾದನಾತ್
ಸನ್ಮಾತ್ರಃ ಕರಣೋಪ ಸಂಹರಣತೋ ಯೋಭೂತ್ಸುಷುಪ್ತಃ ಪುಮಾನ್ |
ಪ್ರಾಗಸ್ವಾಪ್ಸ್ಮಿತಿ ಪ್ರಭೋದಸಮಯೇ ಯಃ ಪ್ರತ್ಯಭಿಜ್ಞಾಯತೇ
ತಸ್ಮೈ ಶ್ರೀ ಗುರುಮೂರ್ತಯೇ ನಮ ಇದಂ ಶ್ರೀ ದಕ್ಷಿಣಾಮೂರ್ತಯೇ ||

ರಾಹು ಕವಿದ ದಿವಾಕರ-ಚಂದ್ರರ ತೆರದಿ ಮಾಯೆಯ ಮುಸುಕಿನಲಿ
ಇಹನು ಸುಷುಪ್ತಿಯಲ್ಲಿಹ ಜೀವನು ಕರಣಗಳುಪಸಂಹರಿಸಿ
ಬಹುದರಿವಿಗೆ ನಿದ್ರೆಯಲಿದ್ದಿಹ ಸ್ಥಿತಿ ಎಚ್ಚರಗೊಂಡೊಡನೆ
ಮಹಗುರುವೇ ನಿನ್ನಡಿ ವಂದಿಪೆನಿದೋ ಶ್ರೀ ದಕ್ಷಿಣಾಮೂರ್ತಿ||

ಬಾಲ್ಯಾದಿಷ್ವಪಿ ಜಾಗ್ರದಾದಿಷು ತಥಾ ಸರ್ವಾಸ್ವವಸ್ಥಾಸ್ವಪಿ
ವ್ಯಾವೃತ್ತಾ ಸ್ವನು ವರ್ತಮಾನ ಮಹಮಿತ್ಯಂತಃ ಸ್ಫುರಂತಂ ಸದಾ |
ಸ್ವಾತ್ಮಾನಂ ಪ್ರಕಟೀಕರೋತಿ ಭಜತಾಂ ಯೋ ಮುದ್ರಯಾ ಭದ್ರಯಾ
ತಸ್ಮೈ ಶ್ರೀ ಗುರುಮೂರ್ತಯೇ ನಮ ಇದಂ ಶ್ರೀ ದಕ್ಷಿಣಾಮೂರ್ತಯೇ ||

ಬಾಲ್ಯಾದಿಗಳಲಿ, ಜಾಗ್ರತಾದಿಗಳಲಿ, ಸರ್ವ ಅವಸ್ಥೆಯಲಿ
ಎಲ್ಲ ಸ್ಥಿತಿ ಅನುಭವದಲೂ ನಾನೆಂಬೊಳಗಿನ ಬೆಳಕಾಗಿ
ಒಲಿದು ಭಕುತರಿಗೆ ತನ್ನಿರಿವ ಪ್ರಕಟಿಸುತ ಶುಭ ಮುದ್ರೆಯಲಿ
ಬಲ್ಲಿದನಿಹ ಗುರುಮೂರ್ತಿಯೇ ನಮೋ ಹೇ ದಕ್ಷಿಣಾಮೂರ್ತಿ||

ವಿಶ್ವಂ ಪಶ್ಯತಿ ಕಾರ್ಯಕಾರಣತಯಾ ಸ್ವಸ್ವಾಮಿಸಂಬಂಧತಃ
ಶಿಷ್ಯಾಚಾರ್ಯತಯಾ ತಥೈವ ಪಿತೃ ಪುತ್ರಾದ್ಯಾತ್ಮನಾ ಭೇದತಃ |
ಸ್ವಪ್ನೇ ಜಾಗ್ರತಿ ವಾ ಯ ಏಷ ಪುರುಷೋ ಮಾಯಾ ಪರಿಭ್ರಾಮಿತಃ
ತಸ್ಮೈ ಶ್ರೀ ಗುರುಮೂರ್ತಯೇ ನಮ ಇದಂ ಶ್ರೀ ದಕ್ಷಿಣಾಮೂರ್ತಯೇ ||

ಕಾರ್ಯ-ಕಾರಣಗಳೆನುವುದು ಲೋಕ ಪರಿಪರಿ ಸಂಬಂಧಗಳ
ಪುರುಷನು ಜಾಗೃತಿ-ಸ್ವಪ್ನಗಳಲಿ ಮಾಯಾಮೋಹಕೆ ಸಿಲುಕಿ
ಗುರು-ಶಿಷ್ಯರ, ಪಿತ-ಪುತ್ರರ - ಭ್ರಮಿಸುವ ತರತರ ಭೇಧಗಳ
ಗುರುಮೂರ್ತಿಯೆ ನಿನ್ನ ಚರಣಕೆ ಶರಣು ಶ್ರೀ ದಕ್ಷಿಣಾಮೂರ್ತಿ||

ಭೂರಂಭಾಂಸ್ಯನಲೋನಿಲೋಂಬರಮಹನ್ನಾಥೋ ಹಿಮಾಂಶುಃ
ಪುಮಾನ್
ಇತ್ಯಾಭಾತಿ ಚರಾಚರಾತ್ಮಕಮಿದಂ ಯಸ್ಯೈವ ಮೂರ್ತ್ಯಷ್ಟಕಮ್ |
ನಾನ್ಯತ್ಕಿಞ್ಚನ ವಿದ್ಯತೇ ವಿಮೃಶತಾಂ ಯಸ್ಮಾತ್ಪರಸ್ಮಾದ್ವಿಭೋ
ತಸ್ಮೈ ಗುರುಮೂರ್ತಯೇ ನಮ ಇದಂ ಶ್ರೀ ದಕ್ಷಿಣಾಮೂರ್ತಯೇ ||

ನೆಲ, ಅನಿಲ, ಜಲ, ಅನಲ, ಅಂಬರ, ರವಿ, ಶಶಿ, ಪ್ರಜ್ಞೆಗಳೆಂಬ
ಎಲ್ಲ ಚರಾಚರ ರೂಪಗಳು ಈ ಎಂಟರಿಂದಲೊಡಮೂಡೆ
ಬಲ್ಲವರೆಂಬರು ಎಲ್ಲದೊಳಿರುವ ಪರಮ ವಿಭುವು, ಬೇರಿಲ್ಲ.
ಸಲಿಸುವೆ ನಾ ನಮನವ ಗುರುಮೂರ್ತಿ ಶ್ರೀ ದಕ್ಷಿಣಾಮೂರ್ತಿ||

ಸರ್ವಾತ್ಮತ್ವಮಿತಿ ಸ್ಫುಟೀಕೃತಮಿದಂ ಯಸ್ಮಾದಮುಷ್ಮಿನ್ ಸ್ತವೇ
ತೇನಾಸ್ಯ ಶ್ರವಣಾತ್ತದರ್ಥ ಮನನಾದ್ಧ್ಯಾ ನಾಚ್ಚ ಸಂಕೀರ್ತನಾತ್ |
ಸರ್ವಾತ್ಮತ್ವಮಹಾವಿಭೂತಿ ಸಹಿತಂ ಸ್ಯಾದೀಶ್ವರತ್ವಂ ಸ್ವತಃ
ಸಿದ್ಧ್ಯೇತ್ತತ್ಪುನರಷ್ಟಧಾ ಪರಿಣತಂ ಚೈಶ್ವರ್ಯಮವ್ಯಾಹತಮ್ ||

ಇಂತೀ ಕೃತಿಯಲಿ ಆತ್ಮತತ್ತ್ವವದೇ ನಿಚ್ಚಳಗೊಂಡಿಹುದು
ಮುಂದಿದನಾಲಿಸಿ ಅರ್ಥ್ಯೆಸುತ, ಯೋಚಿಸಿ, ಧ್ಯಾನಿಸಿ, ಕೀರ್ತಿಸುತ
ಹೊಂದುವೆ ಸರ್ವಾತ್ಮತ್ವ ವಿಭೂತಿಯನೂ, ಈಶ್ವರತ್ವವನೂ
ಅಂತಲ್ಲದೇ ಅಷ್ಟಸಿದ್ಧಿ – ಅನವರತೈಶ್ವರ್ಯವನೂ ||

|| ಇತಿ ಶ್ರೀಮಚ್ಛಂಕರಾಚಾರ್ಯವಿರಚಿತಂ ದಕ್ಷಿಣಾಮೂರ್ತಿಸ್ತೋತ್ರಂ
ಸಂಪೂರ್ಣಂ||

ಕನಕಧಾರಾ ಸ್ತೋತ್ರಂ

(ಸಂಸ್ಕೃತ ಶ್ಲೋಕ ಹಾಗೂ ಕನ್ನಡದ ಪದ್ಯರೂಪ)

ಸಂಸ್ಕೃತ ಶ್ಲೋಕ : ಶ್ರೀ ಶ್ರೀ ಆದಿ ಶಂಕರಾಚಾರ್ಯರು

ಕನ್ನಡದ ಪದ್ಯ ರೂಪ : ನಾಗರಾಜ ಕ್ಯಾಸನೂರು

ಓಂ ಶ್ರೀ

ಕನಕಧಾರಾ ಸ್ತೋತ್ರಂ

ಅಂಗಂ ಹರೇಃ ಪುಲಕಭೂಷಣಮಾಶ್ರಯಂತೀ
ಭೃಂಗಾಂಗನೇವ ಮುಕುಲಾಭರಣಂ ತಮಾಲಮ್ |
ಅಂಗೀಕೃತಾಖಿಲ ವಿಭೂತಿರಪಾಂಗಲೀಲಾ
ಮಾಂಗಲ್ಯದಾಸ್ತು ಮಮ ಮಂಗಲದೇವತಾಯಾಃ ||

**ಭೃಂಗಗಳರೆತೆರೆದ ತಮಾಲ ಹೂವಲಂಕರಿಸಿದವೊಲು
ರಂಗನಂಗವ ಪುಳಕಿತಭೂಷಣಳಾಗಾಶ್ರಯಿಸಿ ನೀ
ಕಂಗಳ ಕಡೆನೋಟದ ಲೀಲೆಯಲಖಿಲ ಸಂಪದವೀವೆ
ಮಂಗಳವನೆನ್ನ ಬಾಳಲಿ ಬೆಳಗು ಹೇ ಮಂಗಳದೇವಿ ||**

ಮುಗ್ಧ ಮುಹುರ್ವಿದಧತೀ ವದನೇ ಮುರಾರೇಃ
ಪ್ರೇಮತ್ರಪಾಪ್ರಣಿಹಿತಾನಿ ಗತಾಗತಾನಿ |

ಮಾಲಾ ದೃಶೋರ್ಮಧುಕರೀವ ಮಹೋತ್ಪಲೇ ಯಾ
ಸಾ ಮೇ ಶ್ರಿಯಂ ದಿಶತು ಸಾಗರಸಂಭವಾಯಾಃ ||

ಅರಳಿದಿಂದೀವರವ ಮಧುಕರವೃಂದ ಸುತ್ತುವಂತೆ
ಮರಮರಳಿ ಲಜ್ಜಾಪ್ರೇಮಪೂರಿತರಳು ಕಂಗಳಿಂದ
ಮುರಾರಿಯ ಮೊಗದೆಡೆ ಮುಗ್ಧಳಾಗಿ ನೀ ಬೀರುವೆ ನೋಟ
ಸಿರಿಸೂಸುವ ದಿಟ್ಟಿಯ ಹರಿಸೆನ್ನೆಡೆ ಸಾಗರಸಂಭವೆ ||

ಆಮೀಲಿತಾಕ್ಷಮಧಿಗಮ್ಯ ಮುದಾ ಮುಕುಂದಮ್
ಆನಂದಕಂದಮನಿಮೇಷಮನಂಗತಂತ್ರಮ್ |
ಆಕೇಕರಸ್ಥಿತಕನೀನಿಕಪಕ್ಷ್ಮ ನೇತ್ರಂ
ಭೂತ್ಯೈ ಭವೇನ್ಮಮ ಭುಜಂಗಶಯಾಂಗನಾಯಾಃ ||

ಅಕ್ಷಿಗಳನು ಮುಚ್ಚಿ ಮುದದಿಂದಲಿ ಮಲಗಿರಲು ಮುಕುಂದ
ಪಕ್ಕದೆಡೆ ಮಾಲಿಸಿ ನಿಂತ ರೆಪ್ಪೆ-ಕಣ್ಣಾಲಿಗಳಿಂದ
ಇಕ್ಕದಂತೆವೆಯ ಮೋಹದಲಿ ನೋಡುತಾನಂದದಲಿಹ
ಅಕ್ಷಿಗಳಲೀಕ್ಷಿಸೆನ್ನ ಹೇ ಭುಜಂಗಶಯನನನಂಗನೆ ||

ಬಾಹ್ವಂತರೇ ಮಧುಜಿತಃ ಶ್ರಿತಕೌಸ್ತುಭೇ ಯಾ
ಹಾರಾವಲೀವ ಹರಿನೀಲಮಯೀ ವಿಭಾತಿ |
ಕಾಮಪ್ರದಾ ಭಗವತೋಪಿ ಕಟಾಕ್ಷಮಾಲಾ
ಕಲ್ಯಾಣಮಾವಹತು ಮೇ ಕಮಲಾಲಯಾಯಾಃ ||

ಕೌಸ್ತುಭಧಾರಿ ಮಧುಸೂದನನ ಬಾಹುಗಳ ನಡುವಿರುತ

ಎಸೆವ ಹರಿನೀಲಮಯಿ ಹಾರಾವಳಿಯಂತೆ ತೋರುತಿಹೆ

ವಾಸುದೇವಗೂ ಕಾಮಪ್ರದ ತವ ಕಟಾಕ್ಷಮಾಲೆಯು

ತುಸುವಿತ್ತ ಹರಿದು ಕಲ್ಯಾಣವ ತರಲಿ ಹೇ ಕಮಲಾಲಯೆ ||

ಕಾಲಾಂಬುದಾಲಿಲಲಿತೋರಸಿ ಕೈಟಭಾರೇಃ

ಧಾರಾಧರೇ ಸ್ಫುರತಿ ಯಾ ತಟಿದಂಗನೇವ |

ಮಾತುಃ ಸಮಸ್ತಜಗತಾಂ ಮಹನೀಯಮೂರ್ತಿಃ

ಭದ್ರಾಣಿ ಮೇ ದಿಶತು ಭಾರ್ಗವನಂದನಾಯಾಃ ||

ಮಳೆಗಾಲದಾಗಸದಿ ಹೊಳೆವ ವಿದ್ಯುಲ್ಲತೆಯಂತೆ ನೀ

ಕಾಲಮೇಘದ ತೆರದ ಕೈಟಭಾರಿಯಲಿ ಶೋಭಿಸುವೆ

ಎಲ್ಲ ಜಗದಲಿ ಮಹನೀಯಮೂರುತಿ ನೀ ಹೇ ಮಾತೆ

ಸಲುವಂತೆ ಶುಭವೆನಗೆ ಒಲಿಯೆ ನೀ ಭಾರ್ಗವನಂದನೇ ||

ಪ್ರಾಪ್ತಂ ಪದಂ ಪ್ರಥಮತಃ ಖಲು ಯತ್ಪ್ರಭಾವಾತ್

ಮಾಂಗಲ್ಯಭಾಜಿ ಮಧುಮಾಥಿನಿ ಮನ್ಮಥೇನ |

ಮಯ್ಯಾಪತೇತ್ತದಿಹ ಮಂಥರಮೀಕ್ಷಣಾರ್ಧಂ

ಮಂದಾಲಸಂ ಚ ಮಕರಾಲಯಕನ್ಯಕಾಯಾಃ ||

ಮೊದಲಾರ ಪ್ರಭಾವದಲಿ ಮನ್ಮಥನಿಗೆ ಮಂಗಲಮಯ

ಮಧುಮಥನನ ಪದಪ್ರಾಪ್ತವಾಯಿತೋ ಆ ನಿನ್ನ

ಮೃದು ನೋಟ - ಅರೆತೆರೆದಿರುವ ಮಂದಾಲಸ ಕಂಗಳಿಂದ-
ಸದಯದಿಂದಲೊದಗಲೆನಗೆ ಹೇ ಮಕರಾಲಯಕನ್ನಿಕೆ ||

ವಿಶ್ವಾಮರೇಂದ್ರಪದವಿಭ್ರಮದಾನದಕ್ಷಮ್
ಆನಂದಹೇತುರಧಿಕಂ ಮುರವಿದ್ವಿಷೋಪಿ |
ಈಷನ್ನಿಷೀದತು ಮಯಿ ಕ್ಷಣಮೀಕ್ಷಣಾರ್ಥಂ
ಇಂದೀವರೋದರಸಹೋದರಮಿಂದಿರಾಯಾಃ ||

ಕೊಡಲುಬಲ್ಲೆ ನೀ ಲೋಕವೆಲ್ಲದರಮರೇಂದ್ರ ಪದವಿ
ನೀಡಬಲ್ಲೆ ಮುರವೈರಿಗೂ ನೀ ಅಧಿಕಾನಂದವನು
ಬೇಡುವೆನು ತವ ಅರೆಕ್ಷಣದನುಗ್ರಹ ನೋಟವ ಬೀರಿ
ನೋಡೆನ್ನ ಇಂದೀವರ ತೆರದ ಸುಂದರ ಕಂಗಳಲಿ ||

ಇಷ್ಟಾ ವಿಶಿಷ್ಟಮತಯೋಪಿ ಯಯಾ ದಯಾರ್ದ್ರ
ದೃಷ್ಟ್ಯಾ ತ್ರಿವಿಷ್ಟಪಪದಂ ಸುಲಭಂ ಲಭಂತೇ |
ದೃಷ್ಟಿಃ ಪ್ರಹೃಷ್ಟಕಮಲೋದರದೀಪ್ತಿರಿಷ್ಟಾಂ
ಪುಷ್ಟಿಂ ಕೃಷೀಷ್ಟ ಮಮ ಪುಷ್ಕರವಿಷ್ಟರಾಯಾಃ ||

ವಿಶಿಷ್ಟ ಇಷ್ಟಗಳು ಕೂಡ ನಿನ್ನ ದಯಾರ್ದ್ರವಾದಂಥ
ದೃಷ್ಟಿಯಿಂದಲಿ ಸುಲಭದಲಿ ಲಭಿಸುವುವೆಲ್ಲ ಪದವಿಗಳು
ದೃಷ್ಟಿ ನಿನ್ನದು ಕಮಲೋದರ ದೀಪ್ತಿ ಹೊಂದಿ ಶೋಭಿಪುದು
ಪುಷ್ಟಿಯನೆನಗೆ ದಯಪಾಲಿಸಲಿ ಪುಷ್ಕರಾಸನೆ ತಾಯಿ ||

ದದ್ಯಾದ್ದಯಾನುಪವನೋ ದ್ರವಿಣಾಂಬುಧಾರಾಂ
ಅಸ್ಮಿನ್ನಕಿಂಚನವಿಹಂಗಶಿಶೌ ವಿಷಣ್ಣೇ |
ದುಷ್ಕರ್ಮಘರ್ಮಮಪನೀಯ ಚಿರಾಯ ದೂರಂ
ನಾರಾಯಣ ಪ್ರಣಯಿನೀ ನಯನಾಂಬುವಾಹಃ ||

ಕಾರುಣ್ಯ ತಂಬೆಲರನೆರೆದು ಹರಿಸು ದ್ರವಿಣದ ಧಾರೆ
ಮರಿಹಕ್ಕಿಯಿದು ತಾ ಬಡತನದ ಬೇಗೆಯಲಿ ಬಳಲಿಹುದು
ದೂರ ಮಾಡೀ ದುಷ್ಕರ್ಮದೀ ಧಗೆಯ ಶಾಶ್ವತವಾಗಿ
ನಾರಾಯಣ ಪ್ರಣಯಿನಿ ದಯಾದೃಷ್ಟಿಧಾರೆಯ ಹರಿಸು ||

ಗೀರ್ದೇವತೇತಿ ಗರುಡಧ್ವಜಸುಂದರೀತಿ
ಶಾಕಂಭರೀತಿ ಶಶಿಶೇಖರವಲ್ಲಭೇತಿ |
ಸೃಷ್ಟಿಸ್ಥಿತಿಪ್ರಲಯಕೇಲಿಷು ಸಂಸ್ಥಿತಾಯ್ಯ
ತಸ್ಯೈ ನಮಸ್ತ್ರಿಭುವನೈಕಗುರೋಸ್ತರುಣ್ಯೈ ||

ಗೀರ್ದೇವಿಯಾಗಿ ನೀನು, ಶಾಖಾಂಬರಿಯೂ ನೀನಾಗಿ
ಗರುಡಧ್ವಜ-ಸುಂದರೀ, ಶಶಿಶೇಖರ-ವಲ್ಲಭೆಯಾಗಿ
ನಿರತಳಾಗಿಹೆ ಸೃಷ್ಟಿ-ಸ್ಥಿತಿ-ಪ್ರಳಯದಾಟದಲಿ
ಶಿರಬಾಗಿ ನಮಿಪೆ ನಾ ತ್ರಿಭುವನದೇಕ ಗುರುವಿನ ತರುಣಿ ||

ಶ್ರುತ್ಯೈ ನಮೋಸ್ತು ಶುಭಕರ್ಮ ಫಲಪ್ರಸೂತ್ಯೈ
ರತ್ಯೈ ನಮೋಸ್ತು ರಮಣೀಯಗುಣಾರ್ಣವಾಯ್ಯೈ |
ಶಕ್ತ್ಯೈ ನಮೋಸ್ತು ಶತಪತ್ರನಿಕೇತನಾಯ್ಯೈ
ಪುಷ್ಟ್ಯೈ ನಮೋಸ್ತು ಪುರುಷೋತ್ತಮವಲ್ಲಭಾಯ್ಯೈ ||

ನಮೋ ಶ್ರುತಿಸ್ವರೂಪಿಣಿ ಶುಭಕರ್ಮಫಲದಾಯಿನಿ
ನಮೋ ರತಿರೂಪಿಣಿ ರಮಣೀಯ ಗುಣಾರ್ಣವ ದೇವಿ
ನಮೋ ಶಕ್ತಿರೂಪಿಣಿ ಶತಪತ್ರನಿಕೇತನೆಯೇ
ನಮೋ ಪುಷ್ಟಿರೂಪಿಣಿ ಹೇ ಪುರುಷೋತ್ತಮವಲ್ಲಭೆ ||

ನಮೋಸ್ತು ನಾಲೀಕನಿಭಾನನಾಯ್ಯೈ
ನಮೋಸ್ತು ದುಗ್ಧೋದಧಿಜನ್ಮಭೂತ್ಯೈ |
ನಮೋಸ್ತು ಸೋಮಾಮೃತಸೋದರಾಯ್ಯೈ
ನಮೋಸ್ತು ನಾರಾಯಣವಲ್ಲಭಾಯ್ಯೈ ||

ನಮೋ ನಮೋ ಅರವಿಂದ ವದನೇ
ನಮೋ ಹಾಲಿನ ಕಡಲ ಸಂಜಾತೆ
ನಮೋ ಸೋಮ-ಸುಧೆಗಳಿಗೆ ಸೋದರಿ
ನಮೋ ನಾರಾಯಣನ ವಲ್ಲಭೆಯ ||

ನಮೋಸ್ತು ಹೇಮಾಂಬುಜಪೀಠಿಕಾಯ್ಯೈ
ನಮೋಸ್ತು ಭೂಮಂಡಲನಾಯಿಕಾಯ್ಯೈ |

ನಮೋಸ್ತು ದೇವಾದಿದಯಾಪರಾಯ್ಯ

ನಮೋಸ್ತು ಶಾಙ್ರ್ಗಾಯುಧವಲ್ಲಭಾಯ್ಯ ||

ನಮೋ ಕನಕಕಮಲ ಪೀಠದವಳೆ

ನಮೋ ಭೂಮಂಡಲಕೆಲ್ಲ ಒಡತಿ

ನಮೋ ದೇವತೆಗಳ ದಯಾಪರಳೆ

ನಮೋ ಶಾಙ್ರ್ಗಾಯುಧನ ವಲ್ಲಭೆಯಿ ||

ನಮೋಸ್ತು ದೇವ್ಯೈ ಭೃಗುನಂದನಾಯ್ಯ

ನಮೋಸ್ತು ವಿಷ್ಣೋರುರಸಿ ಸ್ಥಿತಾಯ್ಯ |

ನಮೋಸ್ತು ಲಕ್ಷ್ಯೈ ಕಮಲಾಲಯಾಯ್ಯ

ನಮೋಸ್ತು ದಾಮೋದರವಲ್ಲಭಾಯ್ಯ ||

ನಮೋ ದೇವಿಯೇ ಭೃಗುನಂದನೇ

ನಮೋ ವಿಷ್ಣುಹೃದಯವಾಸಿನಿಯೇ

ನಮೋ ಕಮಲಾಲಯೇ ಲಕ್ಷ್ಮಿಯೇ

ನಮೋ ದಾಮೋದರನ ವಲ್ಲಭೆಯೇ ||

ನಮೋಸ್ತು ಕಾಂತ್ಯೈ ಕಮಲೇಕ್ಷಣಾಯ್ಯ

ನಮೋಸ್ತು ಭೂತ್ಯೈ ಭುವನಪ್ರಸೂತ್ಯೈ |

ನಮೋಸ್ತು ದೇವಾಧಿಭಿರರ್ಚಿತಾಯ್ಯ

ನಮೋಸ್ತು ನಂದಾತ್ಮಜವಲ್ಲಭಾಯ್ಯ ||

ನಮೋ ಕಾಂತಿಯೇ ಕಮಲಾಕ್ಷಿಯೇ
ನಮೋ ಹೇ ದಾಯಿನಿ ಭುವನಜನನಿ
ನಮೋ ದೇವತೆಗಳಿಂ ಪೂಜಿತಳೆ
ನಮೋ ನಂದಾತ್ಮಜನ ವಲ್ಲಭೆಯ ||

ಸಂಪತ್ಕರಾಣಿ ಸಕಲೇಂದ್ರಿಯನಂದನಾನಿ
ಸಾಮ್ರಾಜ್ಯದಾನವಿಭವಾನಿ ಸರೋರುಹಾಕ್ಷಿ |
ತ್ವದ್ವಂದನಾನಿ ದುರಿತಾಹರಣೋದ್ಯತಾನಿ
ಮಾಮೇವ ಮಾತರನಿಶಂ ಕಲಯಂತು ಮಾನ್ಯೇ ||

ಸಂಪದಕಾರಿಣಿ ಸಕಲ ಇಂದ್ರಿಯಕಾನಂದದಾಯಿನಿ
ಸಾಮ್ರಾಜ್ಯವನು ಕರುಣಿಸಬಲ್ಲ ಕಮಲಾಕ್ಷಿ, ಹೇ ತಾಯಿ
ವಂದಿಸಲು ನಿನಗೆ ದುರಿತಗಳ ಹರಿಸೆ ಧಾವಿಸುವವಳೇ
ಎಂದೆಂದೂ ನಿನ್ನ ಸೇವಿಸುವಂತೆ ಮಾತೆಯೇ ಹರಸು ||

ಯತ್ಕಟಾಕ್ಷಸಮುಪಾಸನಾವಿಧಿಃ
ಸೇವಕಸ್ಯ ಸಕಲಾರ್ಥಸಂಪದಃ |
ಸಂತನೋತಿ ವಚನಾಂಗಮಾನಸೈಃ
ತ್ವಾಂ ಮುರಾರಿಹೃದಯೇಶ್ವರೀಂ ಭಜೇ ||

ನಿನ್ನ ಕಟಾಕ್ಷದ ಉಪಾಸನೆಯನು ವಿಧಿಪೂರ್ವಕಗೈಯ
ತಂದುಕೊಡುವೆ ಸೇವೆಗೈಯುವಗೆ ಸಕಲಾರ್ಥ ಸಂಪದವ

ಎನ್ನಯ ವಚನಾಂಗಮಾನಸಗಳನೆಲ್ಲ ಒಂದಾಗಿಸಿ
ತನ್ಮಯದಿ ಭಜಿಸುವೆ ನಿನ್ನ ಮುರಾರಿಹೃದಯೇಶ್ವರೀ ||

ಸರಸಿಜನಿಲಯೇ ಸರೋಜಹಸ್ತೇ
ಧವಲತಮಾಂಶುಕಗಂಧಮಾಲ್ಯಶೋಭೇ |
ಭಗವತಿ ಹರಿವಲ್ಲಭೇ ಮನೋಜ್ಞೇ
ತ್ರಿಭುವನಭೂತಿಕರಿ ಪ್ರಸೀದ ಮಹ್ಯಮ್ ||

ಕಮಲವಾಸಿನೀ ಹೇ ಕಮಲಹಸ್ತೇ ತಾಯಿ
ವಿಮಲ ಧವಳವಸ್ತ್ರ, ಗಂಧಮಾಲಾಧರೆಯೇ
ಅಂಬೆ ಭಗವತಿ, ಹರಿಸತಿ, ಮನೋಜ್ಞೆ, ನೀನೀವೆ
ಸಂಪದವ ತ್ರಿಭುವನಕೆ, ಪ್ರಸನ್ನಗೊಳ್ಳೆನ್ನಲಿ ||

ದಿಗ್ವಸ್ತಿಭಿಃ ಕನಕಕುಂಭಮುಖಾವಸೃಷ್ಟ
ಸ್ವರ್ವಾಹಿನೀವಿಮಲಚಾರುಜಲಪ್ಲುತಾಂಗೀಮ್ |
ಪ್ರಾತರ್ನಮಾಮಿ ಜಗತಾಂ ಜನನೀಮಶೇಷ
ಲೋಕಾಧಿನಾಥಗೃಹಿಣೀಮಮೃತಾಬ್ಧಿಪುತ್ರೀಮ್ ||

ಸ್ವರ್ಗಲೋಕದಿಂ ಹರಿವ ವಿಮಲ ಚಾರು ಜಲವನು ನಿನಗೆ
ದಿಗ್ಗಜಗಳು ಕನಕಕುಂಭಗಳಿಂ ಸುರಿದು ಮೀಯಿಸುವುವು
ಜಗದನಂತಜನನಿ ನಮಿಸುವೆನು ನಿನ್ನಡಿಗೆ ಮುಂಜಾನೆ
ಜಗದಾಧಿನಾಥಗೃಹಿಣಿ, ಹೇ ಅಮೃತಾಬ್ಧಿಪುತ್ರೀ ||

ಕಮಲೇ ಕಮಲಾಕ್ಷವಲ್ಲಭೇತ್ವಂ
ಕರುಣಾಪೂರತರಂಗಿತೈ್ಯರಪಾಂಗೈ್ಯಃ |
ಅವಲೋಕಯ ಮಾಮಕಿಂಚನಾನಾಂ
ಪ್ರಥಮಂ ಪಾತ್ರಮಕೃತ್ರಿಮಂ ದಯಾಯಾಃ ||

ಕಮಲೆಯೇ, ಕಮಲಾಕ್ಷವಲ್ಲಭೆಯಿ ನೀನು
ತುಂಬಿ ಕರುಣೆಯ ತರಂಗಗಳ ಕಟಾಕ್ಷಗಳಲಿ
ಅಂಬೆ, ಈ ಕಡು ನಿರ್ಗತಿಕನನ್ನು ನೀ ನೋಡು
ಹೊಂದಲು ನಿನ್ನಮಿತ ದಯೆ ನಾ ಪ್ರಥಮ ಪಾತ್ರ ||

ಸ್ತುವಂತಿ ಯೇ ಸ್ತುತಿಭಿರಮೀಭಿರನ್ವಹಂ
ತ್ರಯೀಮಯೀಂ ತ್ರಿಭುವನಮಾತರಂ ರಮಾಮ್ |
ಗುಣಾಧಿಕಾ ಗುರುತರಭಾಗ್ಯಭಾಗಿನೋ
ಭವಂತಿ ತೇ ಭುವಿ ಬುಧಭಾವಿತಾಶಯಾಃ ||

ಮೂರು ವೇದಗಳ ಸಾಕಾರ, ತ್ರಿಭುವನ ಮಾತೆ ರಮೆಯ
ಯಾರು ಈ ಸ್ತೋತ್ರದಿಂದಲಿ ಪ್ರತಿದಿನವೂ ಸ್ತುತಿಸುವರೋ
ಗುರುತರ ಭಾಗ್ಯಗಳ ಜತೆ ಸದ್ಗುಣಗಳನವರು ಹೊಂದಿ
ಅರಿವು ಜಾಗ್ರತಗೊಂಡು ಬುಧರಾಗಿ ಬಾಳ್ವರು ಭುವಿಯಲಿ ||

|| ಇತಿ ಶ್ರೀಮಚ್ಛಂಕರಾಚಾರ್ಯಕೃತ ಶ್ರೀಕನಕಧಾರಾಸ್ತೋತ್ರಂ
ಸಂಪೂರ್ಣಂ ||

ಭಜ ಗೋವಿಂದಂ

(ಸಂಸ್ಕೃತ ಶ್ಲೋಕ ಹಾಗೂ ಕನ್ನಡದ ಪದ್ಯರೂಪ)

ಭಜ ಗೋವಿಂದಂ ಭಜ ಗೋವಿಂದಂ
ಗೋವಿಂದಂ ಭಜ ಮೂಢಮತೇ ।
ಸಂಪ್ರಾಪ್ತೇ ಸನ್ನಿಹಿತೇ ಕಾಲೇ
ನಹಿ ನಹಿ ರಕ್ಷತಿ ಡುಕೃಂಕರಣೇ ॥ 1 ॥

ಗೋವಿಂದನ ನೆನೆ ಗೋವಿಂದನ ನೆನೆ
ಗೋವಿಂದನ ನೆನೆ ಮೂಢಮತೀ
ಸಾವಿನ ಸಮಯವು ಸನಿಹ ಬರುವೆನೆನೆ
ಕಾವಲಿರದು ವ್ಯಾಕರಣ ಪರಿಣತಿ ॥

ಮೂಢ ಜಹೀಹಿ ಧನಾಗಮತೃಷ್ಣಾಂ
ಕುರು ಸದ್ಬುದ್ಧಿಂ ಮನಸಿ ವಿತೃಷ್ಣಾಮ್ ।
ಯಲ್ಲಭಸೇ ನಿಜಕರ್ಮೋಪಾತ್ತಂ
ವಿತ್ತಂ ತೇನ ವಿನೋದಯ ಚಿತ್ತಮ್ ॥ 2 ॥

ತೊರೆ, ಹೇ ಮೂಢ, ಧನಾಗಮನ ದಾಹ
ಅರಿ ಸತ್ಯವ ಮನದಲಿರುತ ನಿರ್ಮೋಹ

ಇರು ನೀ ಕಾಯಕದಲಿ ಪ್ರವೃತ್ತ
ಬರುವ ವಿತ್ತದಲಾನಂದಿಸಿ ಚಿತ್ತ ||

ನಾರೀ ಸ್ತನಭರ ನಾಭೀದೇಶಂ
ದೃಷ್ಟ್ವಾ ಮಾ ಗಾ ಮೋಹಾವೇಶಮ್ |
ಏತನ್ಮಾಂಸ ವಸಾದಿ ವಿಕಾರಂ
ಮನಸಿ ವಿಚಿಂತಯ ವಾರಂ ವಾರಮ್ || 3 ||

ನಾರಿಯ ತುಂಬುಸ್ತನಗಳ ಹೊಕ್ಕುಳ
ದೃಷ್ಟಿಸಿ ಹೊಗದಿರು ಮೋಹದ ವರ್ತುಲ
ಬರಿ ಇದು ಮಾಂಸ ಮೇದಸ್ಸು ಚಕ್ಕಳ
ತಿರುತಿರುಗಿ ಮಥಿಸು ಮನದಲಿದನೆಲ್ಲ ||

ನಲಿನೀ ದಲಗತ ಜಲಮತಿ ತರಳಂ
ತದ್ವಜ್ಜೀವಿತಮತಿಶಯ ಚಪಲಮ್ |
ವಿದ್ಧಿ ವ್ಯಾಧ್ಯಭಿಮಾನ ಗ್ರಸ್ತಂ
ಲೋಕಂ ಶೋಕಹತಂ ಚ ಸಮಸ್ತಮ್ || 4 ||

ನಳಿನೀದಳದಲಿ ಅತಿ ಅಸ್ಥಿರ ಜಲ
ಇಳೆಯಲಿ ಅಂತೆಯ ಜೀವಿತ ಚಂಚಲ
ತಿಳಿ, ಕವಿದಿರಲು ವ್ಯಾಧಿ ಅಭಿಮಾನ
ಬಾಳ ಮುಸುಕಿದೆ ಶೋಕದ ಆವರಣ ||

ಯಾವದ್ವಿತ್ತೋಪಾರ್ಜನ ಸಕ್ತಃ
ತಾವನ್ನಿಜಪರಿವಾರೋ ರಕ್ತಃ ।
ಪಶ್ಚಾಜ್ಜೀವತಿ ಜರ್ಜರ ದೇಹೇ
ವಾರ್ತಾಂ ಕೋಪಿ ನ ಪೃಚ್ಛತಿ ಗೇಹೇ ॥ 5 ॥

ವಿತ್ತವ ಗಳಿಸಲು ಇರುತಿರಲು ಶಕ್ತ
ಮುತ್ತುವರು ಪರಿವಾರ ಪ್ರೀತಿಸುತ
ಮತ್ತೆ ದೇಹಕಾಗಲು ಜರ್ಜರ ಗತಿ
ಎತ್ತ ಏನು ಕೇಳುವರಿರದ ಸ್ಥಿತಿ ॥

ಯಾವತ್ವವನೋ ನಿವಸತಿ ದೇಹೇ
ತಾವತ್ಪೃಚ್ಛತಿ ಕುಶಲಂ ಗೇಹೇ ।
ಗತವತಿ ವಾಯೌ ದೇಹಾಪಾಯೇ
ಭಾರ್ಯಾ ಬಿಭ್ಯತಿ ತಸ್ಮಿನ್ಕಾಯೇ ॥ 6 ॥

ಪ್ರಾಣವು ದೇಹದಲಿರುತಿರುವ ತನಕ
ಮನೆಯಲಿ ಕುಶಲವ ಕೇಳುವರು ದಶಕ
ಕೊನೆಯಲಿ ಪ್ರಾಣವು ಬಿಟ್ಟಿಹ ಕಾಯ
ಕಾಣಲು ಪ್ರಿಯ ಭಾರ್ಯೆಗೆ ಕೂಡ ಭಯ ॥

ಬಾಲ ಸ್ತಾವತ್ ಕ್ರೀಡಾಸಕ್ತಃ
ತರುಣ ಸ್ತಾವತ್ ತರುಣೀಸಕ್ತಃ ।

ವೃದ್ಧಸ್ತಾವತ್ ಚಿಂತಾಸಕ್ತಃ
ಪರಮೇ ಬ್ರಹ್ಮಣಿ ಕೋ ಪಿ ನ ಸಕ್ತಃ ॥ 7 ॥

ಆಡುವ ಹಂಬಲದಲಿ ಸವೆದು ಬಾಲ್ಯ
ಹುಡುಗಿಯ ಹಿಂದೋಡುವುದು ತಾರುಣ್ಯ
ಪಡುತ ಚಿಂತೆ ಕಳೆಯಲು ವೃದ್ಧಾಪ್ಯ
ಇಡಲೆಲ್ಲಿದೆ ಪರಬೊಮ್ಮನಿಗೆ ಸಮಯ ॥

ಕಾ ತೇ ಕಾಂತಾ ಕಸ್ತೇ ಪುತ್ರಃ
ಸಂಸಾರೋಯಮತೀವ ವಿಚಿತ್ರಃ ।
ಕಸ್ಯ ತ್ವಂ ಕಃ ಕುತ ಆಯಾತಃ
ತತ್ತ್ವಂ ಚಿಂತಯ ತದಿಹ ಭ್ರಾತಃ ॥ 8 ॥

ಕಾಂತೆ ಇದಾರು? ಇನ್ನಾರಿದು ಪುತ್ರ?
ಸಂಸಾರ ಇದುವೆ ಅತೀವ ವಿಚಿತ್ರ
ಎಂತು ನಿನ್ನುಗಮ? ಎಲ್ಲಿಂದಾಗಮ?
ಚಿಂತಿಸು ತತ್ತ್ವವಿಚಾರವನು ತಮ್ಮ ॥

ಸತ್ಸಂಗತ್ವೇ ನಿಃಸಂಗತ್ವಂ
ನಿಃಸಂಗತ್ವೇ ನಿರ್ಮೋಹತ್ವಮ್ ।
ನಿರ್ಮೋಹತ್ವೇ ನಿಶ್ಚಲತತ್ತ್ವಂ
ನಿಶ್ಚಲತತ್ತ್ವೇ ಜೀವನ್ಮುಕ್ತಿಃ ॥ 9 ॥

ಸತ್ಸಂಗವೇ ನಿಸ್ಸಂಗಕೆ ಗೇಹ
ನಿಸ್ಸಂಗದಲೊದಗುವುದು ನಿರ್ಮೋಹ
ನಿಶ್ಚಲತತ್ತ್ವಕೆ ನಿರ್ಮೋಹವು ಸೆಲೆ
ನಿಶ್ಚಿತ ಜೀವನ್ಮುಕ್ತಿಯು ಆಗಲೆ ||

ವಯಸಿ ಗತೇ ಕಃ ಕಾಮವಿಕಾರಃ
ಶುಷ್ಕೇ ನೀರೇ ಕಃ ಕಾಸಾರಃ |
ಕ್ಷೀಣೇ ವಿತ್ತೇ ಕಃ ಪರಿವಾರಃ
ಜ್ಞಾತೇ ತತ್ತ್ವೇ ಕಃ ಸಂಸಾರಃ || 10 ||

ಗತಿಸೆ ವಯಸು ಕಾಮವಿಕಾರವೆಂತು?
ಬತ್ತಿದ ಸರಸಿಂದೇನು ಬಂದೀತು?
ವಿತ್ತ ಕ್ಷೀಣಿಸೆ ಪರಿವಾರವೆತ್ತ?
ತತ್ತ್ವ ವೇತ್ತರಿಗೆ ಸಂಸಾರವೆತ್ತ? ||

ಮಾ ಕುರು ಧನಜನ ಯೌವನ ಗರ್ವಂ
ಹರತಿ ನಿಮೇಷಾತ್ಕಾಲಃ ಸರ್ವಮ್ |
ಮಾಯಾಮಯಮಿದಮಖಿಲಂ ಹಿತ್ವಾ
ಬ್ರಹ್ಮಪದಂ ತ್ವಂ ಪ್ರವಿಶ ವಿದಿತ್ವಾ || 11 ||

ಪಡದಿರು ಧನ ಜನ ಯೌವನದ ಗರ್ವ
ತೊಡೆವನು ಕಾಲನು ಕ್ಷಣದಲಿ ಸರ್ವ
ಬಿಡುತೀ ಮಾಯಾಮಯವಿಹ ಎಲ್ಲವ

ಪಡೆ ನೀ ಬ್ರಹ್ಮಪದ ಆಗಿ ಬಲ್ಲವ ||

ದಿನಯಾಮಿನ್ಯೌ ಸಾಯಂ ಪ್ರಾತಃ
ಶಿಶಿರ ವಸಂತೌ ಪುನರಾಯಾತಃ |
ಕಾಲಃ ಕ್ರೀಡತಿ ಗಚ್ಛತ್ಯಾಯುಃ
ತದಪಿ ನ ಮುಂಚತ್ಯಾಶಾವಾಯುಃ || 12 ||

ದಿನ ರಾತ್ರಿಯು ಮುಂಜಾನೆ ಸಂಜೆಗಳು
ಪುನಃ ಬರುವುವು ಶಿಶಿರ ವಸಂತಗಳು
ಕುಣಿಸುವುದು ಕಾಲ ಅಳಿಯುವುದು ಆಯು
ತಣಿಯದು ಅಂತೆಯೂ ಆಶೆಯ ವಾಯು ||

ದ್ವಾದಶ ಮಂಜರಿಕಾಭಿರಶೇಷಃ
ಕಥಿತೋ ವೈಯಾಕರಣಸ್ಯೈಷಃ |
ಉಪದೇಶೋಭೂದ್ವಿದ್ಯಾ ನಿಪುಣ್ಯೈಃ
ಶ್ರೀಮಚ್ಛಂಕರ ಭಗವಚ್ಛರಣ್ಯೈಃ || 13 ||

ದ್ವಾದಶ ಶ್ಲೋಕಗಳ ಗೊಂಚಲಿದನು
ಉದ್ದೇಶಿಸುತ ವೈಯಾಕರಣನನು
ವಿದ್ಯಾ ನಿಪುಣ ಶಂಕರರುಪದೇಶ
ಬೋಧಿಸಿದರು ಭಗವಾನರು, ಅಶೇಷ ||

____

ಕಾ ತೇ ಕಾಂತಾ ಧನ ಗತ ಚಿಂತಾ

ವಾತುಲ ಕಿಂ ತವ ನಾಸ್ತಿ ನಿಯಂತಾ ।

ತ್ರಿಜಗತಿ ಸಜ್ಜನ ಸಂಗತಿರೇಕಾ

ಭವತಿ ಭವಾರ್ಣವತರಣೇ ನೌಕಾ ॥ 14 ॥

ಸಾಜವೇ, ಕಾಂತೆ-ಕಾಂಚಾಣ ಚಿಂತೆ ?

ನಿಜ ತೋರ್ಪರಿರರೆ, ಇರುವೆ ಮರುಳಂತೆ?

ತ್ರಿಜಗದಲಿ ಭವಸಾಗರ ತಾರಣಕೆ

ಸಜ್ಜನ ಸಂಗವೆ ಆಗುವುದು ನೌಕೆ ।।

ಜಟಿಲೋ ಮುಂಡೀ ಲುಂಥಿತ ಕೇಶಃ

ಕಾಷಾಯಾಂಬರ ಬಹುಕೃತ ವೇಷಃ ।

ಪಶ್ಯನ್ನಪಿ ಚ ನ ಪಶ್ಯತಿ ಮೂಢಃ

ಉದರನಿಮಿತ್ತಂ ಬಹುಕೃತ ವೇಷಃ ॥ 15 ॥

ಜಟೆ ಬೋಳುಮಂಡೆ ಕಿತ್ತಿರುವ ಕೇಶ

ಉಟ್ಟು ಕಾಷಾಯಾಂಬರ ಬಹು ವೇಷ

ನೋಟವೆದುರಿರಲೂ ನೋಡದ ಮೂಢ

ಜಠರ ನಿಮಿತ್ತದ ನಾಟಕ ನೋಡಾ! ।।

ಅಂಗಂ ಗಲಿತಂ ಪಲಿತಂ ಮುಂಡಂ

ದಶನ ವಿಹೀನಂ ಜಾತಂ ತುಂಡಮ್ ।

ವೃದ್ಧೋ ಯಾತಿ ಗೃಹೀತ್ವಾ ದಂಡಂ
ತದಪಿ ನ ಮುಂಚತ್ಯಾಶಾ ಪಿಂಡಮ್ ॥ 16 ॥

ಗಳಿತ ಅಂಗಗಳು ನೆರೆಕೂದಲ ಶಿರ
ಕಳೆದು ಹಲ್ಲುಗಳು ಬರಿದಾದ ವಕ್ತ್ರ
ಕೋಲು ಹಿಡಿದೇ ನಡೆದಿರಲೂ ವೃದ್ಧ
ಅಳಿಯದಿರುವ ಆಸೆಗಳು ಸಮೃದ್ಧ ||

ಅಗ್ರೇ ವಹ್ನಿಃ ಪೃಷ್ಠೇ ಭಾನುಃ
ರಾತ್ರೌ ಚುಬುಕ ಸಮರ್ಪಿತ ಜಾನುಃ |ऽ
ಕರತಲ ಭಿಕ್ಷಸ್ತರುತಲ ವಾಸಃ
ತದಪಿ ನ ಮುಂಚತ್ಯಾಶಾ ಪಾಶಃ ॥ 17 ॥

ಎದುರಲಿ ಬೆಂಕಿಯು ರವಿ ಹಿಂಬದಿಯಲಿ
ಹುದುಗಿಸಿ ಮಂಡಿಯೊಳಗೆ ಮುಖ ಇರುಳಲಿ
ಬದುಕಲು ತಿರುಪೆಯು ತರುತಲದ ವಾಸ
ಆದರೂ ಕಳಚದು ಆಶಾಪಾಶ ||

ಕುರುತೇ ಗಂಗಾ ಸಾಗರ ಗಮನಂ
ವ್ರತ ಪರಿಪಾಲನಮಥವಾ ದಾನಮ್ |
ಜ್ಞಾನ ವಿಹೀನಃ ಸರ್ವಮತೇನ
ಭಜತಿ ನ ಮುಕ್ತಂ ಜನ್ಮ ಶತೇನ ॥ 18 ॥

ಗಂಗಾ-ಸಾಗರ ಸಂಗಮದ ಯಾತ್ರ್ಯೆ
ಮಂಗಳ ವ್ರತ ಯಾ ದಾನಗಳಲಿರೆ
ಹಿಂಗಿದರೂ ಹೀಗೆ ಜನ್ಮಗಳು ಶತ
ಅಂದಿಸದು ಮುಕುತಿ ಎನುವುದೆಲ್ಲ ಮತ ||

ಸುರಮಂದಿರ ತರು ಮೂಲ ನಿವಾಸಃ
ಶಯ್ಯಾ ಭೂತಲಮಜಿನಂ ವಾಸಃ |
ಸರ್ವ ಪರಿಗ್ರಹ ಭೋಗತ್ಯಾಗಃ
ಕಸ್ಯ ಸುಖಂ ನ ಕರೋತಿ ವಿರಾಗಃ || 19 ||

ಗುಡಿ ತರು ಬುಡಗಳ ನಿವಾಸ ಮಲಗಲು
ಅಡಿನೆಲ, ತೊಡಲೋ ಜಿಂಕೆಯ ತೊಗಲು
ತೊಡೆದಿರಲು ಎಲ್ಲ ಒಡೆತನದ ಭೋಗ
ಕೊಡದಾರಿಗೆ ಬಹುಸುಖ ಈ ವಿರಾಗ?||

ಯೋಗರತೋ ವಾ ಭೋಗರತೋ ವಾ
ಸಂಗರತೋ ವಾ ಸಂಗವಿಹೀನಃ |
ಯಸ್ಯ ಬ್ರಹ್ಮಣಿ ರಮತೇ ಚಿತ್ತಂ
ನಂದತಿ ನಂದತಿ ನಂದತ್ಯೇವ || 20 ||

ಯೋಗದಲಿ ಇರಲಿ ಭೋಗದಲಿ ಇರಲಿ
ಸಂಗದಲಿ ಇರಲಿ ಸಂಗ ತೊರೆದಿರಲಿ
ಬಗೆ ಯಾರದು ನಲಿವುದೊ ಬ್ರಹ್ಮನಲಿ

ಮಿಗೆ ಆನಂದವೇ ಅವನೋರ್ವನಲಿ ||

ಭಗವದ್ಗೀತಾ ಕಿಂಚಿದಧೀತಾ
ಗಂಗಾ ಜಲಲವ ಕಣಿಕಾ ಪೀತಾ |
ಸಕೃದಪಿ ಯೇನ ಮುರಾರಿ ಸಮರ್ಚಾ
ಕ್ರಿಯತೇ ತಸ್ಯ ಯಮೇನ ನ ಚರ್ಚಾ || 21 ||

ಹಿಡಿದೋದಲು ತುಸು ಭಗವದ್ಗೀತೆಯ
ಕುಡಿಯಲೊಂದು ಹನಿಯಷ್ಟೂ ಗಂಗೆಯ
ತೊಡಗಲರ್ಚನೆಯಲೊಮ್ಮೆ ಮುರಾರಿಯ
ಹೂಡನು ಯಮನಾತನ ವಿಚಾರಣೆಯ ||

ಪುನರಪಿ ಜನನಂ ಪುನರಪಿ ಮರಣಂ
ಪುನರಪಿ ಜನನೀ ಜಠರೇ ಶಯನಮ್ |
ಇಹ ಸಂಸಾರೇ ಬಹು ದುಸ್ತಾರೇ
ಕೃಪಯಾ ಪಾರೇ ಪಾಹಿ ಮುರಾರೇ || 22 ||

ತಿರುತಿರುಗಿ ಜನನ ಮರುಕಳಿಸಿ ಮರಣ
ಮರಮರಳಿ ಜನನಿಜಠರದಲಿ ಶಯನ
ಧರೆಯೇ ಸಂಸಾರ ಬಹು ದುಸ್ತಾರ
ಮರುಗಿ ಪೊರೆ ಮುರಾರಿ ತೋರುತ ಪಾರ ||

ರಥ್ಯಾ ಚರ್ಪಟ ವಿರಚಿತ ಕಂಥಃ
ಪುಣ್ಯಾಪುಣ್ಯ ವಿವರ್ಜಿತ ಪಂಥಃ |
ಯೋಗೀ ಯೋಗ ನಿಯೋಜಿತ ಚಿತ್ತಃ
ರಮತೇ ಬಾಲೋನ್ಮತ್ತವದೇವ || 23 ||

ಬೀದಿಯ ಚಿಂದಿಯಲಾದ ಹರುಕುಡುಗೆ
ಹಾದಿ ಹಿಡಿದು ಪಾಪ-ಪುಣ್ಯದ ಹೊರಗೆ
ಸಾಧಿಸಿ ಚಿತ್ತ ನಿಯತಿಯ ಯೋಗದಲಿ
ಮುದದಿ ಯೋಗಿ ಮಗುವಂತಿಹ ಮತ್ತಲಿ ||

ಕಸ್ತ್ವಂ ಕೋಹಂ ಕುತ ಆಯಾತಃ
ಕಾ ಮೇ ಜನನೀ ಕೋ ಮೇ ತಾತಃ |
ಇತಿ ಪರಿಭಾವಯ ಸರ್ವಮಸಾರಂ
ವಿಶ್ವಂ ತ್ಯಕ್ತ್ವಾ ಸ್ವಪ್ನವಿಚಾರಮ್ || 24 ||

ನಾನು ನೀನಾರು, ಎಲ್ಲಿಂದ ಬಂದೆ?
ಜನನಿ ನಿನಗಾರು, ಯಾರಯ್ಯ ತಂದೆ?
ಎನುತ ಚಿಂತಿಸುತ ಎಲ್ಲ ನಿಸ್ಸಾರ
ಕನಸೆಂದು ತ್ಯಜಿಸು ವಿಶ್ವ ವಿಚಾರ ||

ತ್ವಯಿ ಮಯಿ ಚಾನ್ಯತ್ರೈಕೋ ವಿಷ್ಣುಃ
ವ್ಯರ್ಥಂ ಕುಪ್ಯಸಿ ಮಯ್ಯಸಹಿಷ್ಣುಃ |

ಭವ ಸಮಚಿತ್ತಃ ಸರ್ವತ್ರ ತ್ವಂ
ವಾಂಛಸ್ಯಚಿರಾದ್ಯದಿ ವಿಷ್ಣುತ್ವಮ್ ‖ 25 ‖

ನಾ ನೀ ಎಲ್ಲರಲೂ ವಿಷ್ಣು ಇರುತ,
ನಿನ್ನೀ ಕೋಪ ಅಸಹನೆಯು ವೃಥ
ವಾಂಛೆಯು ಇರಲು ವಿಷ್ಣುತ್ವದ ಕುರಿತು
ಹೊಂದಿರು ಸಮಚಿತ್ತವೆಲ್ಲಾ ಹೊತ್ತು ‖

ಶತ್ರೌ ಮಿತ್ರೇ ಪುತ್ರೇ ಬಂಧೌ
ಮಾ ಕುರು ಯತ್ನಂ ವಿಗ್ರಹ ಸಂಧೌ ।
ಸರ್ವಸ್ಮಿನ್ನಪಿ ಪಶ್ಯಾತ್ಮಾನಂ
ಸರ್ವತ್ರೋತ್ಸೃಜ ಭೇದಾಜ್ಞಾನಮ್ ‖ 26 ‖

ಶತ್ರು ಮಿತ್ರ ಪುತ್ರ ಬಂಧುಗಳಲೂ
ಯತ್ನಿಸದಿರು ಸೇರಲು ದೂರಾಗಲು
ಆತ್ಮನ ಕಾಣುತೆಲ್ಲ ಜೀವಿಗಳಲು
ನೀ ತ್ಯಜಿಸು ಬೇಧಭಾವವನೆಲ್ಲೂ ‖

ಕಾಮಂ ಕ್ರೋಧಂ ಲೋಭಂ ಮೋಹಂ
ತ್ಯಕ್ತ್ವಾತ್ಮಾನಂ ಪಶ್ಯತಿ ಸೋಹಮ್ ।
ಆತ್ಮಜ್ಞಾನ ವಿಹೀನಾ ಮೂಢಾಃ
ತೇ ಪಚ್ಯಂತೇ ನರಕ ನಿಗೂಢಾಃ ‖ 27 ‖

ತೊರೆ ಕಾಮ ಕ್ರೋಧ ಲೋಭ ಮೋಹವ

ಅರಿ ಆತ್ಮನ ಹೊಂದಿ ಸೋಹಂ ಭಾವ

ಅರಿಯದೆ ಆತ್ಮಜ್ಞಾನವ ಮೂಢರು

ನರಕ ನಿಗೂಢವ ಸೇರಿ ನರಳುವರು ||

ಗೇಯಂ ಗೀತಾ ನಾಮ ಸಹಸ್ರಂ

ಧ್ಯೇಯಂ ಶ್ರೀಪತಿ ರೂಪಮಜಸ್ರಮ್ |

ನೇಯಂ ಸಜ್ಜನ ಸಂಗೇ ಚಿತ್ತಂ

ದೇಯಂ ದೀನಜನಾಯ ಚ ವಿತ್ತಮ್ || 28 ||

ಗೀತೆ ಹಾಡಿ ಗೆಯ್ ಸಹಸ್ರನಾಮ ಜಪ

ಸತತ ಧ್ಯಾನಿಸು ಶ್ರೀಪತಿ ರೂಪ

ಸುತ್ತಲಿ ಸಜ್ಜನ ಸಂಗದಲಿ ಚಿತ್ತ

ವಿತರಿಸು ದೀನದರಿದ್ರರಲಿ ವಿತ್ತ ||

ಸುಖತಃ ಕ್ರಿಯತೇ ರಾಮಾಭೋಗಃ

ಪಶ್ಚಾದ್ಧಂತ ಶರೀರೇ ರೋಗಃ |

ಯದ್ಯಪಿ ಲೋಕೇ ಮರಣಂ ಶರಣಂ

ತದಪಿ ನ ಮುಂಚತಿ ಪಾಪಾಚರಣಮ್ || 29 ||

ಮುಂದಾಗಿ ಸವಿದು ಲೈಂಗಿಕಭೋಗ

ಮುಂದೆ ಅಂತ್ಯದಲಿ ಶರೀರಕೆ ರೋಗ

ಒಂದೇ ಗತಿ ಲೋಕದಲದು ಮರಣ

ಕುಂದದು ಆದರೂ ಪಾಪಾಚರಣ ||

ಅರ್ಥಮನರ್ಥಂ ಭಾವಯ ನಿತ್ಯಂ
ನಾಸ್ತಿ ತತಃ ಸುಖಲೇಶಃ ಸತ್ಯಮ್ ।
ಪುತ್ರಾದಪಿ ಧನಭಾಜಾಂ ಭೀತಿಃ
ಸರ್ವತ್ರೈಷಾ ವಿಹಿತಾ ರೀತಿಃ || 30 ||

ಸದಾ ತಿಳಿ ಅರ್ಥ ಅನರ್ಥಕೆ ಮೂಲ
ಅದು ನೀಡದು ಲೇಶವೂ ಸುಖ ಕಾಲ
ಹೆದರುವನು ಪುತ್ರರಿಗೂ ಧನವಂತ
ಇದೇ ಇಹುದು ಎಲ್ಲೆಡೆಯೂ ನಡೆಯುತ ||

ಪ್ರಾಣಾಯಾಮಂ ಪ್ರತ್ಯಾಹಾರಂ
ನಿತ್ಯಾನಿತ್ಯ ವಿವೇಕ ವಿಚಾರಮ್ ।
ಜಾಪ್ಯಸಮೇತ ಸಮಾಧಿ ವಿಧಾನಂ
ಕುರ್ವವಧಾನಂ ಮಹದವಧಾನಮ್ || 31 ||

ಪ್ರತ್ಯಾಹಾರ, ಪ್ರಾಣಾಯಾಮದ
ನಿತ್ಯಾನಿತ್ಯ ವಿವೇಕ ವಿಚಾರದ
ಜತೆಗೆ ಜಪಗೈದು ಸಮಾಧಿ ಸಾಧಿಸು
ಮತಿ ಕೊಟ್ಟು ಮಾಡು ಅತಿ ಲಕ್ಷ್ಯ ಇರಿಸು ||

ಗುರು ಚರಣಾಂಬುಜ ನಿರ್ಭರಭಕ್ತಃ

ಸಂಸಾರಾದಚಿರಾಧ್ಭವ ಮುಕ್ತಃ ।

ಸೇಂದ್ರಿಯ ಮಾನಸ ನಿಯಮಾದೇವಂ

ದ್ರಕ್ಷ್ಯಸಿ ನಿಜ ಹೃದಯಸ್ಥಂ ದೇವಮ್ ॥ 32 ॥

ಗುರು ಚರಣಕಮಲಕೆ ಅರ್ಪಿತ ಭಕ್ತ

ತ್ವರೆಯಲಿ ಆಗುವ ಸಂಸಾರ ಮುಕ್ತ

ಇರಿಸಿ ಮನ ಇಂದ್ರಿಯಗಳ ನಿಯಂತ್ರಣ

ದರ್ಶಿಸುವನು ಎದೆಯಾಳುವ ದೇವನ ॥

ಮೂಢಃ ಕಶ್ಚನ ವೈಯಾಕರಣೋ

ಡುಕೃಂಕರಣಾಧ್ಯಯನ ಧುರೀಣಃ ।

ಶ್ರೀಮಚ್ಛಂಕರ ಭಗವಚ್ಛಿಷ್ಯೈಃ

ಬೋಧಿತ ಆಸೀಚ್ಛೋದಿತ ಕರಣ್ಃ ॥ 33 ॥

ಮಾಡಿ ವ್ಯಾಕರಣವಿಧಿ ಅಧ್ಯಯನ

ಮೂಢನಿಹ ವೈಯಾಕರಣ ಧುರೀಣ

ಪಡೆದನರಿವು ಶಂಕರ ಭಗವಾನರ

ಅಡಿಯ ಶಿಷ್ಯರಿಂತು ನುಡಿಯೆ ವಿಚಾರ ॥
